Empowering Kids: The Revolution of Positive Parenting for Resilient Children

బలమైన పిల్లలు: సహనశీలి పిల్లల కోసం సానుకూల పెంపక విప్లవం

Ramakrishna

Copyright © [2023]

Title: Empowering Kids: The Revolution of Positive Parenting for Resilient Children

Author's: Ramakrishna

All rights reserved. No part of this publication may be reproduced, stored in a retrieval system, or transmitted in any form or by any means, electronic, mechanical, photocopying, recording, or otherwise, without the prior written permission of the publisher or author, except in the case of brief quotations embodied in critical reviews and certain other non-commercial uses permitted by copyright law.

This book was printed and published by [Publisher's: **Ramakrishna**] in [2023]

ISBN:

TABLE OF CONTENT

Chapter 1: Reclaiming the Narrative 08

- Traditional parenting approaches and their limitations
- The rise of positive parenting and its core values
- The science behind positive parenting and its impact on child development
- Shifting paradigms: from control to connection, from punishment to guidance

Chapter 2: Building a Strong Foundation 16

- Understanding the essential needs of children at various developmental stages
- Creating a nurturing and supportive environment
- Fostering strong parent-child relationships based on trust and communication
- Developing emotional intelligence and self-regulation skills in children

Chapter 3: Empowering Through Positive Discipline 25

- Moving away from punishment and towards positive discipline strategies
- Setting clear expectations and limits with warmth and understanding
- Guiding children to develop problem-solving skills and make responsible choices
- Fostering self-discipline and intrinsic motivation

Chapter 4: Nurturing Resilience and Emotional Well-being 33

- Helping children navigate challenges and build coping mechanisms
- Cultivating optimism, gratitude, and positive self-esteem
- Promoting healthy communication and self-expression skills
- Recognizing and addressing mental health concerns in children

Chapter 5: Embracing the Journey Together 41

- The importance of self-care for parents and caregivers
- Building a strong support network for parents
- Cultivating a positive mindset and celebrating successes
- Recognizing the challenges and rewards of positive parenting
- Sharing the revolution and inspiring others to embrace positive parenting practices

విషయ సూచిక

అధ్యాయం 1: కథనం పునరుద్ధరణ

- సాంప్రదాయ పెంపకం పద్ధతులు మరియు వాటి పరిమితులు
- సానుకూల పెంపకం యొక్క ఉద్ధానం మరియు దాని ప్రధాన విలువలు
- సానుకూల పెంపకం యొక్క శాస్త్రం మరియు పిల్లల అభివృద్ధిపై దాని ప్రభావం
- మార్పులు: నియంత్రణ నుండి సంబంధం వరకు, శిక్ష నుండి మార్గదర్శకత్వం వరకు

అధ్యాయం 2: బలమైన పునాది నిర్మాణం

- వివిధ అభివృద్ధి దశలలో పిల్లల యొక్క అవసరాలను అర్థం చేసుకోవడం
- పోషణ మరియు సహాయక వాతావరణాన్ని సృష్టించడం
- నమ్మకం మరియు కమ్యూనికేషన్ ఆధారంగా బలమైన తల్లిదండ్రులు-పిల్లల సంబంధాలను పెంపొందించడం
- పిల్లలలో భావోద్వేగ బుద్ధి మరియు స్వీయ నియంత్రణ నైపుణ్యాలను అభివృద్ధి చేయడం

అధ్యాయం 3: సానుకూల శిక్షణ ద్వారా బలవర్ధకం

- శిక్ష నుండి తప్పుకుని సానుకూల శిక్షణ వ్యూహాల వైపు మారడం
- స్పష్టమైన అంచనాలు మరియు పరిమితులను వెచ్చదనం మరియు అవగాహనతో ఏర్పాటు చేయడం
- పిల్లలకు సమస్య పరిష్కార నైపుణ్యాలను అభివృద్ధి చేయడానికి మరియు బాధ్యతాయుతమైన ఎంపికలు చేయడానికి మార్గనిర్దేశం చేయడం
- స్వీయ నియంత్రణ మరియు అంతర్గత ప్రేరణను పెంపొందించడం

అధ్యాయం 4: ధైర్యం మరియు భావోద్వేగ శ్రేయస్సును పెంపొందించడం

- పిల్లలు సవాళ్లను ఎదుర్కొని ఎదుర్కొనే యంత్రాంగాలను నిర్మించడంలో సహాయపడటం
- ఆశావాదం, కృతజ్ఞత మరియు సానుకూల స్వీయ గౌరవాన్ని పెంపొందించడం
- ఆరోగ్యకరమైన కమ్యూనికేషన్ మరియు స్వీయ-వ్యక్తీకరణ నైపుణ్యాలను ప్రోత్సహించడం
- పిల్లలలో మానసిక ఆరోగ్య సమస్యలను గుర్తించడం మరియు పరిష్కరించడం

అధ్యాయం 5: ప్రయాణాన్ని కలిసి స్వీకరించడం

- తల్లిదండ్రులు మరియు సంరక్షకుల కోసం స్వీయ-సంరక్షణ యొక్క ప్రాముఖ్యత
- తల్లిదండ్రులకు బలమైన మద్దతు నెట్‌వర్క్‌ను నిర్మించడం
- సానుకూల దృక్పథాన్ని పెంపొందించుకోవడం మరియు విజయాలను జరుపుకోవడం
- సానుకూల పెంపకం యొక్క సవాళ్లు మరియు బహుమతులను గుర్తించడం
- విప్లవాన్ని పంచుకోవడం మరియు ఇతరులను సానుకూల పెంపకం విధానాలను స్వీకరించేందుకు ప్రేరేపించడం

Chapter 1: Reclaiming the Narrative

అధ్యాయం 1: కథనం పునరుద్ధరణ

సాంప్రదాయ పెంపకం పద్ధతులు మరియు వాటి పరిమితులు

సాంప్రదాయ పెంపకం పద్ధతులు అంటే పూర్వీకుల నుండి వచ్చిన పెంపకం పద్ధతులు. ఈ పద్ధతులు ఎక్కువగా భూమి, నీరు, మరియు సూర్యరశ్మి వంటి సహజ వనరులను ఉపయోగించి ఉంటాయి. సాంప్రదాయ పెంపకం పద్ధతులకు అనేక ప్రయోజనాలు ఉన్నాయి. అవి కింది విధంగా ఉన్నాయి:

- సాంప్రదాయ పెంపకం పద్ధతులు పర్యావరణానికి అనుకూలమైనవి.
- ఈ పద్ధతులలో ఉపయోగించే ఎరువులు మరియు పురుగుమందులు సహజమైనవి, కాబట్టి అవి మట్టిని మరియు పర్యావరణాన్ని కలుషితం చేయవు.
- సాంప్రదాయ పెంపకం పద్ధతులు మొక్కల మరియు జంతువుల ఆరోగ్యానికి మంచివి.
- ఈ పద్ధతులలో ఉపయోగించే విత్తనాలు మరియు పశువుల జాతులు స్వదేశీవి, కాబట్టి అవి మంచి పంటలు మరియు పశువులను ఉత్పత్తి చేస్తాయి.

అయితే, సాంప్రదాయ పెంపకం పద్ధతులకు కొన్ని పరిమితులు కూడా ఉన్నాయి. అవి కింది విధంగా ఉన్నాయి:

- సాంప్రదాయ పెంపకం పద్ధతులలో ఉత్పత్తి పరిమాణం తక్కువగా ఉంటుంది.
- ఈ పద్ధతులలో ఉపయోగించే సాంకేతికత చాలా మందికి అందుబాటులో ఉండదు.
- సాంప్రదాయ పెంపకం పద్ధతులలో ఉపయోగించే పంటలు మరియు పశువులు కొన్నిసార్లు వాతావరణ మార్పులకు మరియు వ్యాధులకు అధికంగా గురయ్యే అవకాశం ఉంటుంది.

సాంప్రదాయ పెంపకం పద్ధతులను మరింత మెరుగుపరచడానికి కొన్ని చర్యలు తీసుకోవచ్చు. అవి కింది విధంగా ఉన్నాయి:

- సాంప్రదాయ పెంపకం పద్ధతులలో ఉత్పత్తి పరిమాణాన్ని పెంచడానికి కొత్త సాంకేతికతలను అభివృద్ధి చేయడం.
- సాంప్రదాయ పెంపకం పద్ధతులను అందరికీ అందుబాటులో ఉంచడానికి ప్రభుత్వం మరియు ప్రైవేట్ సంస్థల సహకారంతో సహాయక పథకాలు అమలు చేయడం.
- సాంప్రదాయ పెంపకం పద్ధతులలో ఉపయోగించే పంటలు మరియు పశువులకు వాతావరణ మార్పులకు మరియు వ్యాధులకు నిరోధకతను పెంచడానికి పరిశోధనలు చేయడం.

సానుకూల పెంపకం యొక్క ఉద్దేశ్యం మరియు దాని ప్రధాన విలువలు

సానుకూల పెంపకం అనేది ఒక రకమైన పెంపకం పద్ధతి, ఇది జంతువుల ఆరోగ్యం, శ్రేయస్సు మరియు సహజ ప్రపంచంపై ప్రభావంపై దృష్టి పెడుతుంది. ఇది సాంప్రదాయ పెంపకం పద్ధతుల నుండి భిన్నంగా ఉంటుంది, ఇది ఉత్పత్తిని పెంచడానికి ఎక్కువగా దృష్టి పెడుతుంది. సానుకూల పెంపకం యొక్క ఉద్దేశ్యం జంతువులకు ఆనందకరమైన మరియు ఆరోగ్యకరమైన జీవితాన్ని అందించడం, అలాగే పర్యావరణాన్ని రక్షించడం.

సానుకూల పెంపకం యొక్క ప్రధాన విలువలు క్రింది విధంగా ఉన్నాయి:

జంతువుల ఆరోగ్యం మరియు శ్రేయస్సు: సానుకూల పెంపకం పద్ధతులు జంతువులకు మంచి ఆరోగ్యం మరియు శ్రేయస్సును కలిగిస్తాయి. ఈ పద్ధతులు జంతువులను తమ సహజ ప్రవర్తనను అనుసరించడానికి అనుమతిస్తాయి, ఇది వాటి శారీరక మరియు మానసిక ఆరోగ్యానికి ముఖ్యం.

పర్యావరణంపై ప్రభావం: సానుకూల పెంపకం పద్ధతులు పర్యావరణంపై తక్కువ ప్రభావాన్ని చూపుతాయి. ఈ

పద్ధతులు సహజ వనరులను కాపాడటానికి మరియు పర్యావరణ కాలుష్యాన్ని తగ్గించడానికి సహాయపడతాయి.

సమర్థవంతమైన పెంపకం: సానుకూల పెంపకం పద్ధతులు సమర్థవంతమైనవి. ఈ పద్ధతులు జంతువుల నుండి ఎక్కువ ఉత్పత్తిని పొందడానికి సహాయపడతాయి, అయితే అవి పర్యావరణంపై తక్కువ ప్రభావాన్ని చూపుతాయి.

సానుకూల పెంపకం పద్ధతులు చాలా వైవిధ్యంగా ఉంటాయి. కొన్ని సాధారణ పద్ధతులలో ఇవి ఉన్నాయి:

సహజ పెంపకం: సహజ పెంపకం పద్ధతులు జంతువులను వాటి సహజ ప్రవర్తనను అనుసరించడానికి అనుమతిస్తాయి. ఈ పద్ధతులు జంతువులకు మంచి ఆరోగ్యం మరియు శ్రేయస్సును కలిగిస్తాయి.

సేంద్రీయ పెంపకం: సేంద్రీయ పెంపకం పద్ధతులు సహజ ఎరువులు మరియు పురుగుమందులను ఉపయోగిస్తాయి. ఈ పద్ధతులు పర్యావరణంపై తక్కువ ప్రభావాన్ని చూపుతాయి.

పర్యావరణ అనుకూల పెంపకం: పర్యావరణ అనుకూల పెంపకం పద్ధతులు జంతువుల ఆరోగ్యం మరియు శ్రేయస్సు, పర్యావరణంపై ప్రభావం మరియు పెంపకం సమర్థవంతతపై దృష్టి పెడతాయి.

సానుకూల పెంపకం యొక్క శాస్త్రం మరియు పిల్లల అభివృద్ధిపై దాని ప్రభావం

సానుకూల పెంపకం అనేది ఒక రకమైన పెంపకం పద్ధతి, ఇది పిల్లల ఆరోగ్యం, శ్రేయస్సు మరియు సహజ ప్రపంచంపై ప్రభావంపై దృష్టి పెడుతుంది. ఇది సాంప్రదాయ పెంపకం పద్ధతుల నుండి భిన్నంగా ఉంటుంది, ఇది ఉత్పత్తిని పెంచడానికి ఎక్కువగా దృష్టి పెడుతుంది. సానుకూల పెంపకం యొక్క ఉద్దేశ్యం పిల్లలకు ఆనందకరమైన మరియు ఆరోగ్యకరమైన జీవితాన్ని అందించడం, అలాగే పర్యావరణాన్ని రక్షించడం.

సానుకూల పెంపకం యొక్క శాస్త్రం చాలా విస్తృతమైనది మరియు అనేక అంశాలను కలిగి ఉంటుంది. ఈ అంశాలలో కొన్ని:

- పిల్లల శారీరక మరియు మానసిక ఆరోగ్యం: సానుకూల పెంపకం పద్ధతులు పిల్లలకు మంచి ఆరోగ్యం మరియు శ్రేయస్సును కలిగిస్తాయి. ఈ పద్ధతులు పిల్లలకు తగినంత ఆహారం, వ్యాయామం మరియు విశ్రాంతిని అందిస్తాయి. అవి పిల్లలకు మానసికంగా స్థిరంగా మరియు ఆనందంగా ఉండటానికి సహాయపడతాయి.

- పిల్లల మానసిక అభివృద్ధి: సానుకూల పెంపకం పద్ధతులు పిల్లల మానసిక అభివృద్ధికి సహాయపడతాయి. ఈ పద్ధతులు పిల్లలకు నేర్చుకోవడానికి, సమస్యలను పరిష్కరించడానికి మరియు సృజనాత్మకంగా ఉండటానికి సహాయపడతాయి. అవి పిల్లలకు ఆత్మవిశ్వాసం మరియు స్వీయ-విలువను పెంచడంలో సహాయపడతాయి.

- పిల్లల సామాజిక అభివృద్ధి: సానుకూల పెంపకం పద్ధతులు పిల్లల సామాజిక అభివృద్ధికి సహాయపడతాయి. ఈ పద్ధతులు పిల్లలకు ఇతరులతో సంబంధాలు ఏర్పరచుకోవడానికి, సహకారం చూపడానికి మరియు సహనం కలిగి ఉండటానికి సహాయపడతాయి. అవి పిల్లలకు విలువలు మరియు నైతికతలను నేర్పడంలో సహాయపడతాయి.

నియంత్రణ నుండి సంబంధం వరకు, శిక్ష నుండి మార్గదర్శకత్వం వరకు

పిల్లల పెంపకం అనేది ఒక కష్టమైన మరియు సవాలుతో కూడిన పని. పిల్లలను ఎలా పెంచుకోవాలో అనే దానిపై అనేక విభిన్న ఆలోచనలు ఉన్నాయి మరియు ప్రతి ఒక్కరికి సరైనది ఏమిటో నిర్ణయించడం కష్టం కావచ్చు.

నియంత్రణ నుండి సంబంధం వరకు మరియు శిక్ష నుండి మార్గదర్శకత్వం వరకు మార్చడం అనేది పిల్లల పెంపకంలో ఒక ముఖ్యమైన మార్పు. ఈ మార్పు పిల్లలతో మరింత సానుకూల మరియు ఫలితాలకు దారితీసే సంబంధాలను నిర్మించడంలో సహాయపడుతుంది.

నియంత్రణ నుండి సంబంధం వరకు

నియంత్రణ-ఆధారిత పెంపకం పిల్లలను నియంత్రించడం మరియు వారి ప్రవర్తనను నియంత్రించడంపై దృష్టి పెడుతుంది. ఈ రకమైన పెంపకం తరచుగా శిక్షను ఉపయోగిస్తుంది, ఇది పిల్లలను భయం లేదా బాధపెట్టడం ద్వారా ప్రవర్తనను నియంత్రించడానికి ప్రయత్నిస్తుంది.

సంబంధ-ఆధారిత పెంపకం పిల్లలతో మంచి సంబంధాలు కలిగి ఉండటంపై దృష్టి పెడుతుంది. ఈ రకమైన పెంపకం పిల్లలను అర్థం చేసుకోవడం మరియు వారి అవసరాలను తీర్చడంపై దృష్టి పెడుతుంది.

సంబంధ-ఆధారిత పెంపకం యొక్క కొన్ని ప్రయోజనాలు:

- పిల్లలతో మరింత బలమైన మరియు నమ్మదగిన సంబంధాలను నిర్మించడంలో సహాయపడుతుంది.
- పిల్లలకు మంచి ఆత్మవిశ్వాసం మరియు స్వీయ-విలువను పెంచడంలో సహాయపడుతుంది.
- పిల్లలను మంచి నిర్ణయాలు తీసుకోవడానికి మరియు సమస్యలను పరిష్కరించడానికి నేర్పడంలో సహాయపడుతుంది.

శిక్ష నుండి మార్గదర్శకత్వం వరకు

శిక్ష పిల్లల ప్రవర్తనను నియంత్రించడానికి ఉపయోగించే ఒక శక్తివంతమైన పద్ధతి. అయితే, శిక్ష తరచుగా పిల్లలకు హానికరం కావచ్చు. శిక్ష పిల్లల మానసిక మరియు శారీరక ఆరోగ్యానికి హాని కలిగిస్తుంది, మరియు ఇది పిల్లలతో సంబంధాలను దెబ్బతీస్తుంది.

Chapter 2: Building a Strong Foundation

అధ్యాయం 2: బలమైన పునాది నిర్మాణం

వివిధ అభివృద్ధి దశలలో పిల్లల యొక్క అవసరాలను అర్థం చేసుకోవడం

పిల్లలు వయస్సు పెరిగే కొద్దీ, వారి అవసరాలు మారుతూ ఉంటాయి. పిల్లల అభివృద్ధి దశలను అర్థం చేసుకోవడం ద్వారా, వారి అవసరాలను మరింత సమర్థవంతంగా తీర్చడంలో తల్లిదండ్రులు మరియు సంరక్షకులు సహాయపడవచ్చు.

పిల్లల అభివృద్ధి దశలు

పిల్లల అభివృద్ధిని సాధారణంగా క్రింది దశలుగా విభజించవచ్చు:

- శిశు దశ (0-2 సంవత్సరాలు): ఈ దశలో, పిల్లలు తమ శారీరక, భావోద్వేగ మరియు మానసిక అభివృద్ధిని ప్రారంభిస్తారు. వారు తమ చుట్టూ ఉన్న ప్రపంచాన్ని అన్వేషించడానికి మరియు నేర్చుకోవడానికి ప్రారంభిస్తారు.
- బాల్య దశ (3-5 సంవత్సరాలు): ఈ దశలో, పిల్లలు తమ స్వతంత్రతను పెంచుకోవడం ప్రారంభిస్తారు. వారు వారి స్వంత ఆలోచనలు మరియు భావాలను కలిగి ఉంటారు మరియు తమ చుట్టూ ఉన్న ప్రపంచంతో మరింత సమర్థవంతంగా కమ్యూనికేట్ చేయడం నేర్చుకుంటారు.
- ప్రాథమిక పాఠశాల దశ (6-12 సంవత్సరాలు): ఈ దశలో, పిల్లలు స్కూల్‌లో చేరడం ప్రారంభిస్తారు మరియు

విద్యాభ్యాసంపై దృష్టి పెడతారు. వారు తమ సామాజిక నైపుణ్యాలను మెరుగుపరుచుకోవడం ప్రారంభిస్తారు మరియు వారి స్వంత భవిష్యత్తును అన్వేషించడం ప్రారంభిస్తారు.

- కౌమార దశ (13-18 సంవత్సరాలు): ఈ దశలో, పిల్లలు శారీరక మరియు హార్మోనల్ మార్పులను అనుభవిస్తారు. వారు తమ స్వంత గుర్తింపును అభివృద్ధి చేయడం ప్రారంభిస్తారు మరియు వారి స్వంత నిర్ణయాలు తీసుకోవడం ప్రారంభిస్తారు.

ప్రతి దశలో పిల్లల అవసరాలు

ప్రతి అభివృద్ధి దశలో, పిల్లలకు వివిధ రకాల అవసరాలు ఉంటాయి. ఈ అవసరాలు శారీరక, భావోద్వేగ మరియు మానసికంగా ఉంటాయి.

శారీరక అవసరాలు

- ఆరోగ్యకరమైన ఆహారం మరియు పానీయాలు
- తగినంత నిద్ర
- శారీరక శ్రమ
- వైద్య సంరక్షణ

భావోద్వేగ అవసరాలు

- ప్రేమ మరియు ఆదరణ
- భద్రత మరియు స్థిరత్వం
- ఆత్మవిశ్వాసం మరియు స్వీయ-గౌరవం

మానసిక అవసరాలు

- నేర్చుకోవడానికి మరియు అభివృద్ధి చెందడానికి అవకాశం

పోషణ మరియు సహాయక వాతావరణాన్ని సృష్టించడం

పిల్లల అభివృద్ధి మరియు విజయానికి పోషణ మరియు సహాయక వాతావరణం చాలా ముఖ్యం. పోషణ మరియు సహాయక వాతావరణం పిల్లలకు తమ సామర్థ్యాలను పూర్తిగా అభివృద్ధి చేయడానికి మరియు వారి సంపూర్ణ సామర్థ్యాలను చేరుకోవడానికి అవసరమైన సహాయం మరియు మద్ధతును అందిస్తుంది.

పోషణ వాతావరణం

పోషణ వాతావరణం అనేది పిల్లలను ఆత్మవిశ్వాసం మరియు స్వీయ-గౌరవంతో పెంచే వాతావరణం. ఈ వాతావరణంలో, పిల్లలు తమను తాము అర్థం చేసుకోవడం మరియు వారి సామర్థ్యాలను నమ్మడం నేర్చుకుంటారు.

పోషణ వాతావరణాన్ని సృష్టించడానికి కొన్ని మార్గాలు ఇక్కడ ఉన్నాయి:

- పిల్లలతో సానుకూల మరియు గౌరవప్రదమైన సంబంధాలను ఏర్పరచండి.
- పిల్లల ఆలోచనలు మరియు భావాలను వినండి మరియు గౌరవించండి.
- పిల్లల సాధనాలను మరియు విజయాలను గుర్తించండి మరియు ప్రశంసించండి.
- పిల్లలకు సవాలులు మరియు అవకాశాలను అందించండి.

సహాయక వాతావరణం

సహాయక వాతావరణం అనేది పిల్లలకు నేర్చుకోవడానికి మరియు అభివృద్ధి చెందడానికి సహాయపడే వాతావరణం. ఈ వాతావరణంలో, పిల్లలు తమ ప్రయత్నాలకు ప్రోత్సాహం మరియు మద్దతును పొందుతారు.

సహాయక వాతావరణాన్ని సృష్టించడానికి కొన్ని మార్గాలు ఇక్కడ ఉన్నాయి:

- పిల్లలకు స్పష్టమైన అంచనాలు మరియు సూచనలను అందించండి.
- పిల్లల ప్రశ్నలకు సమాధానం ఇవ్వడానికి మరియు సహాయం అందించడానికి సిద్ధంగా ఉండండి.
- పిల్లల యొక్క ప్రయత్నాలను ప్రశంసించండి మరియు వారిని ప్రోత్సహించండి.
- పిల్లలకు విఫలమయ్యే అవకాశాన్ని ఇవ్వండి మరియు వారి నుండి నేర్చుకోవడానికి సహాయం చేయండి.

నమ్మకం మరియు కమ్యూనికేషన్ ఆధారంగా బలమైన తల్లిదండ్రులు-పిల్లలసంబంధాలను పెంపొందించడం

తల్లిదండ్రులు-పిల్లల సంబంధాలు ఒక వ్యక్తి యొక్క జీవితంలో అత్యంత ముఖ్యమైన సంబంధాలలో ఒకటి. ఈ సంబంధాలు పిల్లల అభివృద్ధి మరియు విజయానికి చాలా ముఖ్యం.

నమ్మకం మరియు కమ్యూనికేషన్ అనేవి బలమైన తల్లిదండ్రులు-పిల్లల సంబంధాలకు పునాది. నమ్మకం ఉన్నప్పుడు, పిల్లలు తమ తల్లిదండ్రులను ప్రేమిస్తారు మరియు గౌరవిస్తారు మరియు వారు వారిని భద్రంగా మరియు ఆధారపడగలరని భావిస్తారు. కమ్యూనికేషన్ ఉన్నప్పుడు, పిల్లలు తమ తల్లిదండ్రులతో తమ ఆలోచనలు, భావాలు మరియు అవసరాలను పంచుకోగలరు.

బలమైన తల్లిదండ్రులు-పిల్లల సంబంధాలను పెంపొందించడానికి కొన్ని మార్గాలు ఇక్కడ ఉన్నాయి:

- పిల్లలకు ప్రేమ మరియు ఆదరణను చూపించండి. పిల్లలను ప్రేమించండి మరియు వారిని గౌరవించండి, వారు ఏమి చేసినా లేదా చేయనప్పటికీ.
- పిల్లలతో సమయం గడపండి. పిల్లలతో నాణ్యమైన సమయం గడపండి, అది ఆడుకోవడం, మాట్లాడటం లేదా కేవలం కలిసి ఉండటం కావచ్చు.
- పిల్లలను వినండి. పిల్లల ఆలోచనలు మరియు భావాలను వినడానికి మరియు అర్థం చేసుకోవడానికి సమయం కేటాయించండి.

- పిల్లలతో స్పష్టమైన అంచనాలు మరియు సూచనలను ఉంచండి. పిల్లలకు ఏమి ఆశించాలో తెలియజేయండి మరియు వారు ఆ అంచనాలను చేరుకోవడంలో వారికి సహాయం చేయండి.
- పిల్లలను తప్పులు చేయడానికి అనుమతించండి. పిల్లలు తప్పులు చేస్తారు, అది సహజం. పిల్లల తప్పుల నుండి నేర్చుకోవడంలో వారికి సహాయం చేయండి.
- పిల్లలను ప్రశంసించండి మరియు ప్రోత్సహించండి. పిల్లల సాధనాలను మరియు విజయాలను గుర్తించండి మరియు వారిని ప్రశంసించండి మరియు ప్రోత్సహించండి.

పిల్లలలో భావోద్వేగ బుద్ధి మరియు స్వీయ నియంత్రణ నైపుణ్యాలను అభివృద్ధి చేయడం

భావోద్వేగ బుద్ధి మరియు స్వీయ నియంత్రణ నైపుణ్యాలు పిల్లల అభివృద్ధి మరియు విజయానికి చాలా ముఖ్యమైనవి. ఈ నైపుణ్యాలు పిల్లలకు తమ భావాలను అర్థం చేసుకోవడానికి మరియు నిర్వహించడానికి, సవాళ్లను ఎదుర్కోవడానికి మరియు మంచి నిర్ణయాలు తీసుకోవడానికి సహాయపడతాయి.

భావోద్వేగ బుద్ధి అనేది భావోద్వేగాలను అర్థం చేసుకోవడం, నిర్వహించడం మరియు వాటిని ఉపయోగించడం యొక్క సామర్థ్యం. భావోద్వేగ బుద్ధి ఉన్న పిల్లలు తమ భావాలను గుర్తించగలరు, వాటిని ఎలా నిర్వహించాలో తెలుసు మరియు వాటిని సానుకూల మార్గంలో ఉపయోగించగలరు.

స్వీయ నియంత్రణ అనేది తమ భావాలను మరియు ప్రవర్తనలను నియంత్రించే సామర్థ్యం. స్వీయ నియంత్రణ ఉన్న పిల్లలు తమ ఆలోచనలను మరియు ప్రవర్తనలను నియంత్రించగలరు, తద్వారా వారు తమ లక్ష్యాలను సాధించగలరు.

పిల్లలలో భావోద్వేగ బుద్ధి మరియు స్వీయ నియంత్రణ నైపుణ్యాలను అభివృద్ధి చేయడానికి కొన్ని మార్గాలు ఇక్కడ ఉన్నాయి:

- పిల్లలకు వారి భావాల గురించి మాట్లాడటానికి ప్రోత్సహించండి. పిల్లల ఆలోచనలు మరియు భావాలను వినండి మరియు అర్థం చేసుకోండి.

- పిల్లలకు సామర్థ్యాలను నేర్పండి. పిల్లలకు తమ భావాలను ఎలా నిర్వహించాలో, తమ ప్రవర్తనలను ఎలా నియంత్రించాలో మరియు సవాళ్లను ఎదుర్కోవడానికి ఎలా ముందుకు సాగాలో నేర్పండి.

- పిల్లలకు మంచి నమూనాగా ఉండండి. పిల్లలు తమ తల్లిదండ్రులను మరియు ఇతర పెద్దలను చూసి నేర్చుకుంటారు. మీరు భావోద్వేగ బుద్ధి మరియు స్వీయ నియంత్రణ నైపుణ్యాలను కలిగి ఉంచే, పిల్లలు కూడా వాటిని అభివృద్ధి చేయడానికి మరింత అవకాశం ఉంది.

పిల్లలలో భావోద్వేగ బుద్ధి మరియు స్వీయ నియంత్రణ నైపుణ్యాలను అభివృద్ధి చేయడం అనేది సమయం మరియు కృషి అవసరమైన ప్రక్రియ. అయితే, ఈ నైపుణ్యాలను అభివృద్ధి చేయడానికి పిల్లలకు సహాయం చేయడం ద్వారా, మీరు వారి జీవితంలో చాలా ప్రయోజనం చేకూర్చుతారు.

Chapter 3: Empowering Through Positive Discipline

అధ్యాయం 3: సానుకూల శిక్షణ ద్వారా బలవర్ధకం

శిక్ష నుండి తప్పుకుని సానుకూల శిక్షణ వ్యూహాల వైపు మారడం

శిక్ష అనేది పిల్లల ప్రవర్తనను నియంత్రించడానికి ఉపయోగించే ఒక సాంప్రదాయ పద్ధతి. శిక్షలో శారీరక శిక్ష, శబ్ద శిక్ష, దూరం చేయడం మరియు ధనదండన వంటివి ఉంటాయి.

శిక్ష పిల్లల ప్రవర్తనను మార్చగలదు, కానీ ఇది కొన్ని ప్రతికూల ప్రభావాలను కలిగి ఉంటుంది. శిక్ష పిల్లలకు భయం మరియు అపనమ్మకాన్ని కలిగిస్తుంది. ఇది పిల్లలలో మానసిక ఆరోగ్య సమస్యలకు కూడా దారితీయవచ్చు.

సానుకూల శిక్షణ అనేది పిల్లల ప్రవర్తనను మార్చడానికి సానుకూల ప్రోత్సాహాలను ఉపయోగించే ఒక పద్ధతి. సానుకూల శిక్షణలో ప్రశంస, ప్రోత్సాహం మరియు ఫలితాలను అనుసంధానించడం వంటివి ఉంటాయి.

సానుకూల శిక్షణ శిక్ష కంటే అనేక ప్రయోజనాలను కలిగి ఉంటుంది. సానుకూల శిక్ష పిల్లలతో మంచి సంబంధాలను పెంపొందిస్తుంది. ఇది పిల్లలకు స్వీయ-విశ్వాసం మరియు స్వీయ-నియంత్రణను పెంచుతుంది. ఇది పిల్లలలో మానసిక ఆరోగ్య సమస్యల ప్రమాదాన్ని తగ్గిస్తుంది.

శిక్ష నుండి సానుకూల శిక్షణ వైపు మారడానికి కొన్ని చిట్కాలు:

- పిల్లల ప్రవర్తనను గమనించండి. పిల్లలు ఏమి చేస్తున్నారో మరియు ఎందుకు చేస్తున్నారో అర్థం చేసుకోవడానికి ప్రయత్నించండి.

- పిల్లలకు స్పష్టమైన అంచనాలు మరియు సూచనలను ఇవ్వండి. పిల్లలు ఏమి చేయాలో తెలిసినప్పుడు, వారు మంచి ప్రవర్తనను ఎంచుకోవడానికి మరింత అవకాశం ఉంది.

- పిల్లలను ప్రశంసించండి మరియు ప్రోత్సహించండి. పిల్లలు మంచి ప్రవర్తనను చేసినప్పుడు, వారిని ప్రశంసించండి మరియు ప్రోత్సహించండి.

- ఫలితాలను అనుసంధానించండి. పిల్లలు మంచి ప్రవర్తనను చేసినప్పుడు, వారికి ఏదైనా ప్రతిఫలం లేదా ప్రయోజనం ఇవ్వండి.

స్పష్టమైన అంచనాలు మరియు పరిమితులను వెచ్చదనం మరియు అవగాహనతో ఏర్పాటు చేయడం

పిల్లల పెంపకంలో స్పష్టమైన అంచనాలు మరియు పరిమితులు చాలా ముఖ్యం. అంచనాలు మరియు పరిమితులు పిల్లలకు ఏమి సరైనది మరియు ఏమి తప్పు అని తెలుసుకోవడంలో సహాయపడతాయి. అవి పిల్లలకు సురక్షిత మరియు సమర్థవంతమైన పరిసరాలను సృష్టించడంలో కూడా సహాయపడతాయి.

అయితే, అంచనాలు మరియు పరిమితులు చల్లగా లేదా కఠినంగా ఉండకూడదు. అవి వెచ్చదనం మరియు అవగాహనతో ఉండాలి. పిల్లలు తమ తల్లిదండ్రులు వారిని ప్రేమిస్తారని మరియు వారి ఆరోగ్యం మరియు భద్రత గురించి ఆందోళన చెందుతున్నారని భావించాలి.

స్పష్టమైన అంచనాలు మరియు పరిమితులను వెచ్చదనం మరియు అవగాహనతో ఏర్పాటు చేయడానికి కొన్ని చిట్కాలు:

- మీ పిల్లలతో మాట్లాడండి. వారి అవసరాలు మరియు ఆందోళనలను అర్థం చేసుకోవడానికి ప్రయత్నించండి.
- మీ అంచనాలను మరియు పరిమితులను స్పష్టంగా మరియు సంక్షిప్తంగా ఉంచండి. పిల్లలు వాటిని అర్థం చేసుకోగలలాగా ఉంచండి.
- మీ అంచనాలను మరియు పరిమితులను అనుసరించండి. పిల్లలు మీరు వాటిని అనుసరించారని చూస్తే, వారు వాటిని మరింత సీరియస్‌గా తీసుకుంటారు.

- పిల్లలను వినండి. వారు మీ అంచనాలను లేదా పరిమితులను అనుసరించలేకపోతే, వారి కారణాలను అర్థం చేసుకోవడానికి ప్రయత్నించండి.
- ప్రశంసించండి మరియు ప్రోత్సహించండి. మీ పిల్లలు మీ అంచనాలను మరియు పరిమితులను అనుసరించినప్పుడు, వారిని ప్రశంసించండి మరియు ప్రోత్సహించండి.

స్పష్టమైన అంచనాలు మరియు పరిమితులను వెచ్చదనం మరియు అవగాహనతో ఏర్పాటు చేయడం అనేది పిల్లల పెంపకంలో ముఖ్యమైన భాగం. ఇది పిల్లలకు సురక్షిత మరియు సమర్థవంతమైన పరిసరాలను సృష్టించడంలో సహాయపడుతుంది మరియు వారితో మంచి సంబంధాలను పెంపొందించడంలో సహాయపడుతుంది.

పిల్లలకు సమస్య పరిష్కార నైపుణ్యాలను అభివృద్ధి చేయడానికి మరియు బాధ్యతాయుతమైన ఎంపికలు చేయడానికి మార్గనిర్దేశం చేయడం

పిల్లలకు సమస్య పరిష్కార నైపుణ్యాలను అభివృద్ధి చేయడం మరియు బాధ్యతాయుతమైన ఎంపికలు చేయడం నేర్పడం ముఖ్యం. ఈ నైపుణ్యాలు పిల్లలకు వారి జీవితంలో విజయవంతం కావడానికి మరియు సురక్షితమైన మరియు సహజీవనశీల సమాజంలో సభ్యులుగా ఉండటానికి సహాయపడతాయి.

పిల్లలకు సమస్య పరిష్కార నైపుణ్యాలను అభివృద్ధి చేయడానికి మరియు బాధ్యతాయుతమైన ఎంపికలు చేయడానికి సహాయపడే కొన్ని మార్గాలు ఇక్కడ ఉన్నాయి:

- పిల్లలకు సమస్యలను గుర్తించడం మరియు వాటిని పరిష్కరించడానికి మార్గాలను అన్వేషించడం నేర్పించండి. పిల్లలతో కలిసి సమస్యలను పరిష్కరించడానికి సమయం గడపండి మరియు వారి ఆలోచనలను మరియు అభిప్రాయాలను వినండి.
- పిల్లలకు సమాచారాన్ని సేకరించడం మరియు విశ్లేషించడం నేర్పించండి. పిల్లలకు వివిధ వనరుల నుండి సమాచారాన్ని కనుగొనడానికి మరియు దానిని అర్థం చేసుకోవడానికి సహాయం చేయండి.
- పిల్లలకు సృజనాత్మక ఆలోచన మరియు పరిష్కారాలను కనుగొనడం నేర్పించండి. పిల్లలను ఆలోచించడానికి మరియు సాంప్రదాయేతర పరిష్కారాలను అన్వేషించడానికి ప్రోత్సహించండి.

- పిల్లలకు తమ ఎంపికల గురించి ఆలోచించడం మరియు వాటి పరిణామాలను అంచనా వేయడం నేర్పించండి. పిల్లలకు వారి ఎంపికల గురించి ఆలోచించడానికి మరియు వాటి పరిణామాలను అంచనా వేయడానికి సహాయం చేయండి.

- పిల్లలకు తప్పుల నుండి నేర్చుకోవడం మరియు వారి నుండి పునరుద్ధరించడం నేర్పించండి. పిల్లలు తప్పులు చేస్తారని గుర్తుంచుకోండి మరియు వాటి నుండి నేర్చుకోవడానికి మరియు ముందుకు సాగడానికి వారిని ప్రోత్సహించండి.

పిల్లలకు సమస్య పరిష్కార నైపుణ్యాలను అభివృద్ధి చేయడానికి మరియు బాధ్యతాయుతమైన ఎంపికలు చేయడానికి మార్గనిర్దేశం చేయడం అనేది సమయం మరియు కృషి అవసరమైన ప్రక్రియ. అయితే, ఈ నైపుణ్యాలు పిల్లలకు జీవితంలో విజయవంతం కావడానికి మరియు సురక్షితమైన మరియు సహజీవనశీల సమాజంలో సభ్యులుగా ఉండటానికి సహాయపడతాయి.

స్వీయ నియంత్రణ మరియు అంతర్గత ప్రేరణను పెంపొందించడం

స్వీయ నియంత్రణ మరియు అంతర్గత ప్రేరణ అనేవి పిల్లల అభివృద్ధి మరియు విజయానికి చాలా ముఖ్యమైన నైపుణ్యాలు. స్వీయ నియంత్రణ అనేది తమ భావోద్వేగాలు మరియు ప్రవర్తనలను నియంత్రించే సామర్థ్యం. అంతర్గత ప్రేరణ అనేది తమ లక్ష్యాలను సాధించడానికి తమంతట తాము ప్రేరేపించుకునే సామర్థ్యం.

స్వీయ నియంత్రణ మరియు అంతర్గత ప్రేరణను పెంపొందించడానికి కొన్ని మార్గాలు ఇక్కడ ఉన్నాయి:

- పిల్లలకు నియమాలు మరియు అంచనాలను స్పష్టంగా మరియు సంక్షిప్తంగా ఉంచండి. పిల్లలు నియమాలు మరియు అంచనాలను అర్థం చేసుకోగలలా ఉంచండి.

- పిల్లలను నియమాలు మరియు అంచనాలను అనుసరించడానికి ప్రోత్సహించండి. పిల్లలు నియమాలు మరియు అంచనాలను అనుసరించినప్పుడు వారిని ప్రశంసించండి మరియు ప్రోత్సహించండి.

- పిల్లలకు మంచి నమూనాగా ఉండండి. పిల్లలు తమ తల్లిదండ్రులను మరియు ఇతర పెద్దలను చూసి నేర్చుకుంటారు.

- పిల్లలకు స్వీయ నియంత్రణ మరియు అంతర్గత ప్రేరణను అభివృద్ధి చేయడానికి సహాయపడే అవకాశాలను అందించండి. ఉదాహరణకు, పిల్లలకు తమకు ఇష్టమైన కార్యకలాపాలను నిర్వహించడానికి అనుమతించండి లేదా పిల్లలను ఇతరులకు సహాయం చేయడానికి ప్రోత్సహించండి.

స్వీయ నియంత్రణ మరియు అంతర్గత ప్రేరణను పెంపొందించడం అనేది సమయం మరియు కృషి అవసరమైన ప్రక్రియ. అయితే, ఈ నైపుణ్యాలు పిల్లలకు జీవితంలో విజయవంతం కావడానికి మరియు సురక్షితమైన మరియు సహజీవనశీల సమాజంలో సభ్యులుగా ఉండటానికి సహాయపడతాయి.

స్వీయ నియంత్రణను పెంపొందించడానికి కొన్ని నిర్దిష్ట ఉదాహరణలు:

- పిల్లలకు వారి భావోద్వేగాలను ఎలా నిర్వహించాలో నేర్పించండి. ఉదాహరణకు, ఒక పిల్లు కోపంగా ఉన్నప్పుడు, వారిని ఒక నిమిషం ఊపిరి పీల్చుకోవడానికి మరియు 10 వరకు లెక్కించడానికి ప్రోత్సహించండి.

- పిల్లలకు వారి లక్ష్యాలను సాధించడానికి సహాయపడండి. ఉదాహరణకు, ఒక పిల్లు ఒక కొత్త నైపుణ్యాన్ని నేర్చుకోవాలనుకుంటే, వారిని ప్రతిరోజూ కొంత సమయం సాధన చేయడానికి ప్రోత్సహించండి.

Chapter 4: Nurturing Resilience and Emotional Well-being

అధ్యాయం 4: ధైర్యం మరియు భావోద్వేగ శ్రేయస్సును పెంపొందించడం

పిల్లలు సవాళ్లను ఎదుర్కొని ఎదుర్కొనే యంత్రాంగాలను నిర్మించడంలో సహాయపడటం

పిల్లలు జీవితంలో అనేక రకాల సవాళ్లను ఎదుర్కోవలసి ఉంటుంది. ఈ సవాళ్లు చిన్నవిగా ఉంటాయి, ఉదాహరణకు, ఒక పిల్లవాడు తన స్నేహితుడితో గొడవ పడటం, లేదా పెద్దవిగా ఉంటాయి, ఉదాహరణకు, ఒక పిల్లవాడు తన తల్లిదండ్రుల విడిపోవడాన్ని ఎదుర్కోవడం.

పిల్లలు సవాళ్లను ఎదుర్కొనడానికి మరియు ఎదుర్కోవడానికి సిద్ధంగా ఉండటం చాలా ముఖ్యం. ఈ నైపుణ్యాలను అభివృద్ధి చేయడంలో పిల్లలకు సహాయపడటానికి తల్లిదండ్రులు మరియు ఇతర పెద్దలు చేయగలిగే కొన్ని విషయాలు ఇక్కడ ఉన్నాయి:

- పిల్లలకు సవాళ్ల గురించి మాట్లాడండి. పిల్లలకు సవాళ్లు ఏమిటో మరియు వాటిని ఎలా ఎదుర్కోవాలో వారికి అర్థం చేసుకోవడంలో సహాయపడండి.
- పిల్లలకు సానుకూలమైన మార్గంలో సవాళ్లను చూడటానికి నేర్పించండి. సవాళ్లు వ్యక్తిగత పెరుగుదల మరియు అభివృద్ధికి అవకాశాలు అని పిల్లలకు చూపించండి.

- పిల్లలకు సహాయం చేయండి. పిల్లలు సవాళ్లను ఎదుర్కోవడంలో ఇబ్బంది పడుతుంటే, వారికి సహాయం చేయడానికి సిద్ధంగా ఉండండి.

పిల్లలు సవాళ్లను ఎదుర్కొనడానికి మరియు ఎదుర్కోవడానికి సిద్ధంగా ఉండటానికి సహాయపడే కొన్ని నిర్దిష్ట ఉదాహరణలు:

- పిల్లలకు సవాళ్లు ఎదుర్కోవడానికి అవకాశాలను అందించండి. పిల్లలను కొత్త అనుభవాలను ప్రయత్నించడానికి మరియు తమకు తెలియని విషయాలను నేర్చుకోవడానికి ప్రోత్సహించండి.
- పిల్లలకు విఫలమవడం సహజమని చూపించండి. విఫలం అవడం ఒక భాగం అని మరియు అది ఎవరైనా అర్హులు లేదా బలహీనంగా ఉన్నారని కాదని పిల్లలకు చూపించండి.
- పిల్లలకు తమను తాము నమ్మడానికి నేర్పించండి. పిల్లలకు వారు ఏదైనా చేయగలరని మరియు వారు ఎదుర్కొనే ఏ సవాళ్ళైనా అధిగమించగలరని నమ్మడానికి సహాయపడండి.

ఆశావాదం, కృతజ్ఞత మరియు సానుకూల స్వీయ గౌరవాన్ని పెంపొందించడం

ఆశావాదం, కృతజ్ఞత మరియు సానుకూల స్వీయ గౌరవం అనేవి పిల్లల మానసిక ఆరోగ్యం మరియు శ్రేయస్సుకు చాలా ముఖ్యమైన స్థితిగతులు. ఈ స్థితిగతులు పిల్లలకు జీవితంలో సవాలుగా ఉన్నప్పటికీ బలంగా మరియు సంతృప్తికరంగా ఉండటానికి సహాయపడతాయి.

ఆశావాదం అనేది మంచి విషయాలు జరగతాయని నమ్మే స్థితిగతం. ఆశావాదం ఉన్న పిల్లలు సవాళ్లను ఎదుర్కోవడానికి మరియు సమస్యలను పరిష్కరించడానికి మరింత సామర్థ్యం కలిగి ఉంటారు.

కృతజ్ఞత అనేది మంచి విషయాలకు కృతజ్ఞత చెప్పే స్థితిగతం. కృతజ్ఞత ఉన్న పిల్లలు సంతృప్తికరమైన మరియు సంతోషకరమైన జీవితాన్ని గడపడానికి మరింత అవకాశం ఉంది.

సానుకూల స్వీయ గౌరవం అనేది తమను తాము విలువైన మరియు సమర్థులుగా భావించే స్థితిగతం. సానుకూల స్వీయ గౌరవం ఉన్న పిల్లలు స్వీయ-సంరక్షణ మరియు స్వీయ-నిర్ణయం తీసుకోవడానికి మరింత సామర్థ్యం కలిగి ఉంటారు.

ఆశావాదం, కృతజ్ఞత మరియు సానుకూల స్వీయ గౌరవాన్ని పెంపొందించడానికి తల్లిదండ్రులు మరియు ఇతర పెద్దలు చేయగలిగే కొన్ని విషయాలు ఇక్కడ ఉన్నాయి:

- పిల్లలకు ఆశావాదం గురించి మాట్లాడండి. పిల్లలకు మంచి విషయాలు జరగతాయని మరియు అవి ఎదుర్కొనే సవాళ్లను అధిగమించగలవని నమ్మడానికి సహాయపడండి.

- పిల్లలకు కృతజ్ఞత గురించి మాట్లాడండి. పిల్లలకు వారి జీవితంలో ఉన్న మంచి విషయాలను గుర్తించడంలో సహాయపడండి మరియు వాటికోసం కృతజ్ఞతలు తెలియజేయండి.

- పిల్లలను సానుకూలంగా చూడటానికి ప్రోత్సహించండి. పిల్లలకు వారి సామర్ధ్యాలపై దృష్టి పెట్టడంలో సహాయపడండి మరియు వారి బలహీనతలను గుర్తించడానికి వారికి సహాయం చేయండి.

ఆరోగ్యకరమైన కమ్యూనికేషన్ మరియు స్వీయ-వ్యక్తీకరణ నైపుణ్యాలను ప్రోత్సహించడం

ఆరోగ్యకరమైన కమ్యూనికేషన్ మరియు స్వీయ-వ్యక్తీకరణ నైపుణ్యాలు పిల్లల సామాజిక మరియు భావోద్వేగ అభివృద్ధికి చాలా ముఖ్యం. ఈ నైపుణ్యాలు పిల్లలకు ఇతరులతో సంబంధాలను నిర్మించడానికి, వారి అభిప్రాయాలను తెలియజేయడానికి మరియు వారి అవసరాలను తీర్చుకోవడానికి సహాయపడతాయి.

ఆరోగ్యకరమైన కమ్యూనికేషన్ అనేది స్పష్టమైన, సంక్షిప్తమైన మరియు సంబంధిత సందేశాలను ప్రసారం చేయడం. ఇది ఇతరులను గౌరవించడం మరియు వారి అభిప్రాయాలను వినడం కూడా కలిగి ఉంటుంది.

స్వీయ-వ్యక్తీకరణ అనేది ఒక వ్యక్తి తమ ఆలోచనలు, భావోద్వేగాలు మరియు అవసరాలను సురక్షితంగా మరియు ప్రభావవంతంగా తెలియజేయడం. ఇది ఒక వ్యక్తి యొక్క స్వీయ-గౌరవాన్ని మరియు స్వీయ-అవగాహనను పెంచడంలో సహాయపడుతుంది.

ఆరోగ్యకరమైన కమ్యూనికేషన్ మరియు స్వీయ-వ్యక్తీకరణ నైపుణ్యాలను పెంపొందించడంలో తల్లిదండ్రులు మరియు ఇతర పెద్దలు చేయగలిగే కొన్ని విషయాలు ఇక్కడ ఉన్నాయి:

- పిల్లలతో మాట్లాడండి. పిల్లలతో మాట్లాడటానికి సమయం కేటాయించండి మరియు వారి ఆలోచనలు, భావోద్వేగాలు మరియు అనుభవాలను వినండి.

- పిల్లలకు మంచి నమూనాగా ఉండండి. పిల్లలకు స్పష్టంగా మరియు సంబంధితంగా మాట్లాడండి మరియు వారి అభిప్రాయాలను గౌరవించండి.

- పిల్లలను మాట్లాడటానికి ప్రోత్సహించండి. పిల్లలను వారి ఆలోచనలు మరియు భావోద్వేగాలను తెలియజేయడానికి ప్రోత్సహించండి.

- పిల్లలకు స్వీయ-వ్యక్తీకరణ నైపుణ్యాలను నేర్పించండి. పిల్లలకు స్పష్టంగా మరియు సంక్షిప్తంగా మాట్లాడటం, ఇతరుల అభిప్రాయాలను వినడం మరియు వారి అభిప్రాయాలను గౌరవించడం నేర్పించండి.

పిల్లలలో మానసిక ఆరోగ్య సమస్యలను గుర్తించడం మరియు పరిష్కరించడం

పిల్లలలో మానసిక ఆరోగ్య సమస్యలు చాలా సాధారణం. పిల్లలలో మానసిక ఆరోగ్య సమస్యలను గుర్తించడం మరియు పరిష్కరించడం చాలా ముఖ్యం, ఎందుకంటే అవి పిల్లల భవిష్యత్తు అభివృద్ధిని ప్రభావితం చేయగలవు.

పిల్లలలో మానసిక ఆరోగ్య సమస్యల యొక్క కొన్ని లక్షణాలు ఇక్కడ ఉన్నాయి:

- భావోద్వేగ మార్పులు: చాలా కోపంగా లేదా దుఃఖంగా ఉండటం, ఆందోళన లేదా భయం, లేదా సాధారణంగా ఉత్సాహంగా ఉండటం.
- సామాజిక సమస్యలు: ఇతరులతో సంబంధాలు ఏర్పరచుకోవడంలో ఇబ్బంది, స్నేహితులను కోల్పోవడం, లేదా ఒంటరిగా ఉండటం.
- శారీరక సమస్యలు: తినడంలో సమస్యలు, నిద్రలో సమస్యలు, లేదా శారీరక నొప్పి.
- నేర్చుకోవడంలో సమస్యలు: పాఠాలలో ఫెయిల్ అవడం, శ్రద్ధ పెట్టడంలో ఇబ్బంది, లేదా హైపర్‌యాక్టివిటీ.
- అనర్థక ప్రవర్తన: నిరాశ, ఆత్మహత్య యొక్క ఆలోచనలు లేదా ప్రయత్నాలు, లేదా ఆత్మహత్య యొక్క హెచ్చరికలను ఇవ్వడం.

పిల్లలలో మానసిక ఆరోగ్య సమస్యలను గుర్తించడం కష్టం కావచ్చు, ఎందుకంటే అవి పిల్లల వయస్సు మరియు అభివృద్ధి దశలలో భాగంగా కనిపించే సాధారణ ప్రవర్తనలతో

పోలి ఉండవచ్చు. అయితే, పిల్లలలో మానసిక ఆరోగ్య సమస్యలను గుర్తించడంలో మీకు సహాయపడే కొన్ని సంకేతాలు ఉన్నాయి.

పిల్లలలో మానసిక ఆరోగ్య సమస్యలను గుర్తించడానికి మీరు చేయగలిగే కొన్ని విషయాలు ఇక్కడ ఉన్నాయి:

- పిల్లలతో మాట్లాడండి. పిల్లల ఆలోచనలు, భావోద్వేగాలు మరియు అనుభవాలను తెలుసుకోవడానికి సమయం కేటాయించండి.
- పిల్లలను గమనించండి. పిల్లల ప్రవర్తనలో మార్పులు ఉన్నాయో లేదో గమనించండి.
- పిల్లల పాఠశాల ఉపాధ్యాయులతో మాట్లాడండి. పిల్లల పాఠశాలలో ఏవైనా సమస్యలు ఉన్నాయో తెలుసుకోవడానికి పాఠశాల ఉపాధ్యాయులతో మాట్లాడండి.
- పిల్లల మానసిక ఆరోగ్య నిపుణుడిని సంప్రదించండి. మీరు ఏదైనా ఆందోళనలను కలిగి ఉంటే, పిల్లల మానసిక ఆరోగ్య నిపుణుడిని సంప్రదించండి.

Chapter 5: Embracing the Journey Together

అధ్యాయం 5: ప్రయాణాన్ని కలిసి స్వీకరించడం

తల్లిదండ్రులు మరియు సంరక్షకుల కోసం స్వీయ-సంరక్షణ యొక్క ప్రాముఖ్యత

తల్లిదండ్రులు మరియు సంరక్షకులు తమ పిల్లలకు బాగా శ్రద్ధ వహించడానికి, వారి స్వంత భావోద్వేగాలు మరియు అవసరాలను సరిగ్గా నిర్వహించడం చాలా ముఖ్యం. స్వీయ-సంరక్షణ అనేది తమ శారీరక, మానసిక మరియు భావోద్వేగ ఆరోగ్యాన్ని మెరుగుపరచడానికి ప్రజలు తీసుకునే చర్యలు.

తల్లిదండ్రులు మరియు సంరక్షకుల కోసం స్వీయ-సంరక్షణ యొక్క కొన్ని ప్రయోజనాలు ఇక్కడ ఉన్నాయి:

- పెరుగుదల మరియు అభివృద్ధి: స్వీయ-సంరక్షణ తల్లిదండ్రులు మరియు సంరక్షకులకు వారి స్వంత అవసరాలను తీర్చడానికి మరియు వారి సామర్థ్యాలను పూర్తిగా అభివృద్ధి చేయడానికి సహాయపడుతుంది.

- సామర్థ్యం: స్వీయ-సంరక్షణ తల్లిదండ్రులు మరియు సంరక్షకులకు వారి పిల్లలకు శ్రద్ధ వహించడానికి మరియు వారి అవసరాలను తీర్చడానికి అవసరమైన శక్తి మరియు శక్తిని ఇస్తుంది.

- సంతోషం: స్వీయ-సంరక్షణ తల్లిదండ్రులు మరియు సంరక్షకులకు వారి జీవితాలలో ఎక్కువ సంతోషాన్ని మరియు సంతృప్తిని అనుభవించడంలో సహాయపడుతుంది.

తల్లిదండ్రులు మరియు సంరక్షకులు తమ స్వీయ-సంరక్షణను మెరుగుపరచడానికి చేయగలిగే కొన్ని విషయాలు ఇక్కడ ఉన్నాయి:

- ప్రాధాన్యత ఇవ్వండి: మీరు నిజంగా చేయాలనుకుంటున్న విషయాలకు మీ సమయాన్ని మరియు శక్తిని ప్రాధాన్యత ఇవ్వండి.

- ఆరోగ్యకరమైన జీవనశైలిని కలిగి ఉండండి: ఆరోగ్యకరమైన ఆహారం తినండి, తగినంత నిద్ర పొందండి మరియు క్రమం తప్పకుండా వ్యాయామం చేయండి.

- మీ భావోద్వేగాలను నిర్వహించండి: మీ భావోద్వేగాలను గుర్తించండి మరియు వాటిని ఆరోగ్యకరమైన మార్గంలో నిర్వహించడానికి మార్గాలను కనుగొనండి.

- సహాయం కోసం అడగండి: మీకు అవసరమైతే, మీ కుటుంబం, స్నేహితులు లేదా వృత్తిపరమైన సహాయం తీసుకోండి.

తల్లిదండ్రులకు బలమైన మద్దతు నెట్‌వర్క్‌ను నిర్మించడం

తల్లిదండ్రులుగా ఉండటం ఒక కష్టమైన మరియు బాధ్యతాయుతమైన పని. తల్లిదండ్రులు తమ పిల్లలకు అవసరమైన ప్రేమ, సంరక్షణ మరియు మార్గదర్శకత్వాన్ని అందించడానికి కష్టపడాలి. తల్లిదండ్రులు తమ స్వంత అవసరాలను కూడా తీర్చుకోవడం చాలా ముఖ్యం. బలమైన మద్దతు నెట్‌వర్క్‌ను కలిగి ఉండటం తల్లిదండ్రులకు ఈ రెండింటినీ చేయడంలో సహాయపడుతుంది.

తల్లిదండ్రుల మద్దతు నెట్‌వర్క్‌లో కుటుంబం, స్నేహితులు, పరిచయస్తుల మరియు వృత్తిపరమైన మద్దతుదారులు ఉండవచ్చు. ఈ వ్యక్తులు తల్లిదండ్రులకు వినడానికి, సలహా ఇవ్వడానికి మరియు మద్దతు ఇవ్వడానికి అందుబాటులో ఉంటారు.

తల్లిదండ్రులకు బలమైన మద్దతు నెట్‌వర్క్‌ను నిర్మించడానికి కొన్ని మార్గాలు ఇక్కడ ఉన్నాయి:

- మీ కుటుంబం మరియు స్నేహితులతో మీ అవసరాల గురించి మాట్లాడండి. మీరు వారి నుండి సహాయం లేదా మద్దతు కోరడానికి సిద్ధంగా ఉన్నారని వారికి తెలియజేయండి.
- తల్లిదండ్రుల సమూహాలకు లేదా క్లబ్‌లకు చేరండి. మీరు ఇతర తల్లిదండ్రులతో కనెక్ట్ అవ్వడానికి మరియు మద్దతు పొందడానికి ఇది ఒక గొప్ప మార్గం.
- వృత్తిపరమైన మద్దతుదారులను కనుగొనండి. మీరు మానసిక ఆరోగ్య సమస్యలతో పోరాడుతుంటే లేదా మీకు మరింత

నిర్దిష్టమైన సహాయం అవసరమైతే, వృత్తిపరమైన మద్ధతుదారులను సంప్రదించడం ముఖ్యం.

సానుకూల దృక్పథాన్ని పెంపొందించుకోవడం మరియు విజయాలను జరుపుకోవడం

సానుకూల దృక్పథం అనేది జీవితంలోని మంచి విషయాలను చూడగలగడం మరియు సవాలులను సానుకూలంగా ఎదుర్కోగలగడం. సానుకూల దృక్పథం ఉన్న వ్యక్తులు తమ జీవితాల్లో ఎక్కువ సంతోషం మరియు సంతృప్తిని అనుభవిస్తారు మరియు వారు మరింత విజయవంతంగా ఉంటారు.

విజయాలను జరుపుకోవడం అనేది మనం సాధించిన వాటిని గుర్తించి, వాటిని కొనియాడడం. విజయాలను జరుపుకోవడం మనకు సానుకూల పునరుత్తేజాన్ని ఇస్తుంది మరియు మనం మరింత గొప్ప విషయాలను సాధించడానికి ప్రేరేపిస్తుంది.

సానుకూల దృక్పథాన్ని పెంపొందించుకోవడానికి మరియు విజయాలను జరుపుకోవడానికి కొన్ని మార్గాలు ఇక్కడ ఉన్నాయి:

- మీరు చూడే మంచి విషయాలపై దృష్టి పెట్టండి. మీ జీవితంలోని మంచి విషయాలను రోజూ గమనించండి.
- సానుకూల వ్యక్తులతో కనెక్ట్ అవ్వండి. మీ చుట్టూ ఉన్న వ్యక్తులు మీ దృక్పథాన్ని ప్రభావితం చేస్తారు. సానుకూల వ్యక్తులతో కనెక్ట్ అవ్వడం మీకు సానుకూల దృక్పథాన్ని పెంచడంలో సహాయపడుతుంది.
- మీ లక్ష్యాలపై దృష్టి పెట్టండి. మీరు ఏమి సాధించాలనుకుంటున్నారో తెలుసుకోండి మరియు వాటిపై దృష్టి పెట్టండి.

- మీ విజయాలను జరుపుకోండి. మీరు ఏదైనా సాధించినప్పుడు, దానిని కొనియండి మరియు మీకు తాను గర్వపడండి.

సానుకూల పెంపకం యొక్క సవాళ్లు మరియు బహుమతులు

సానుకూల పెంపకం అనేది పిల్లలను ప్రేమ, మద్దతు మరియు ప్రోత్సాహంతో పెంచడం. ఇది పిల్లలను వారి సామర్థ్యాలను పూర్తిగా అభివృద్ధి చేయడానికి సహాయపడుతుంది.

సానుకూల పెంపకం యొక్క కొన్ని సవాళ్లు ఇక్కడ ఉన్నాయి:

- ఇది సమయం మరియు కృషి అవసరమైన ప్రక్రియ. సానుకూల పెంపకం అంటే పిల్లలతో ఎల్లప్పుడూ సానుకూలంగా ఉండటం మరియు వారిని ప్రేమించడం మరియు మద్దతు ఇవ్వడం. ఇది కష్టంగా ఉంటుంది, ముఖ్యంగా మీరు కష్టమైన సమయాలను ఎదుర్కొంటుంటే.
- ఇది సవాళ్లను ఎదుర్కోవడానికి మిమ్మల్ని ప్రేరేపిస్తుంది. సానుకూల పెంపకం అనేది పిల్లలను వారి స్వంత సమస్యలను పరిష్కరించుకోవడానికి మరియు సవాళ్లను ఎదుర్కోవడానికి నేర్పడం. ఇది కష్టంగా ఉంటుంది, కానీ ఇది పిల్లలను మరింత బలంగా మరియు స్వీయ-నిర్వహణ చేయగలవారుగా చేస్తుంది.
- ఇది ఇతరులతో మీ సంబంధాలను ప్రభావితం చేస్తుంది. సానుకూల పెంపకం అనేది మీరు మీ పిల్లలతో ఎలా సంభాషించారో, వారిని ఎలా ప్రేమిస్తారో మరియు మద్దతు ఇస్తారో ప్రతిబింబిస్తుంది. ఇది ఇతరులతో మీ సంబంధాలను కూడా ప్రభావితం చేస్తుంది.

సానుకూల పెంపకం యొక్క కొన్ని బహుమతులు ఇక్కడ ఉన్నాయి:

- మీ పిల్లలతో మంచి సంబంధాన్ని కలిగి ఉండటం. సానుకూల పెంపకం మీ పిల్లలతో మంచి సంబంధాన్ని కలిగి ఉండటానికి మీకు సహాయపడుతుంది. మీరు మీ పిల్లలను నమ్ముతారని మరియు వారిని ప్రేమిస్తారని వారు తెలుసుకుంటారు.

- మీ పిల్లలు సంతృప్తికరమైన జీవితాన్ని గడపడం. సానుకూల పెంపకం మీ పిల్లలు సంతృప్తికరమైన జీవితాన్ని గడపడానికి సహాయపడుతుంది. వారు ఆనందంగా, ఆరోగ్యంగా మరియు సమర్థవంతంగా ఉంటారు.

- మీరు ఒక మంచి వ్యక్తిగా ఉండటం. సానుకూల పెంపకం మీరు ఒక మంచి వ్యక్తిగా ఉండటానికి సహాయపడుతుంది. మీరు మీ పిల్లలకు మంచి నమూనాగా ఉంటారు మరియు మీరు ప్రపంచంలో మంచి మార్పును తీసుకురావడంలో సహాయపడతారు.

విప్లవాన్ని పంచుకోవడం మరియు ఇతరులను సానుకూల పెంపకం విధానాలను స్వీకరించేందుకు ప్రేరేపించడం

సానుకూల పెంపకం అనేది పిల్లలను ప్రేమ, మద్దతు మరియు ప్రోత్సాహంతో పెంచడం. ఇది పిల్లలను వారి సామర్థ్యాలను పూర్తిగా అభివృద్ధి చేయడానికి సహాయపడుతుంది.

సానుకూల పెంపకం యొక్క ప్రయోజనాలు అనేకం. ఇది పిల్లలను:

- ఆనందంగా మరియు ఆరోగ్యంగా ఉండేలా చేస్తుంది
- మంచి సంబంధాలను ఏర్పరచుకోవడానికి నేర్పిస్తుంది
- స్వీయ-నిర్ణయం తీసుకోవడానికి మరియు సవాళ్లను ఎదుర్కోవడానికి సిద్ధం చేస్తుంది
- విజయవంతమైన వ్యక్తులుగా మరియు సమాజం సభ్యులుగా మారడానికి సహాయపడుతుంది

సానుకూల పెంపకం యొక్క ప్రయోజనాల గురించి ప్రజలకు తెలియజేయడం చాలా ముఖ్యం. ఇతరులను సానుకూల పెంపకం విధానాలను స్వీకరించేందుకు ప్రేరేపించడం ద్వారా, మనం మరింత ఆనందకరమైన మరియు సమర్థవంతమైన ప్రపంచాన్ని సృష్టించడంలో సహాయపడవచ్చు.

సానుకూల పెంపకం యొక్క విప్లవాన్ని పంచుకోవడానికి మరియు ఇతరులను సానుకూల పెంపకం విధానాలను

స్వీకరించేందుకు ప్రేరేపించడానికి మీరు చేయగలిగే కొన్ని విషయాలు ఇక్కడ ఉన్నాయి:

- మీ స్వంత అనుభవాలను పంచుకోండి. మీరు సానుకూల పెంపకం విధానాలను ఉపయోగించడం ద్వారా మీ పిల్లల జీవితాల్లో ఎలాంటి మార్పులను చూశారో ఇతరులతో చెప్పండి.

- సానుకూల పెంపకం గురించి సమాచారాన్ని పంచుకోండి. పుస్తకాలు, వెబ్ సైట్లు మరియు ఇతర మీడియా ద్వారా సానుకూల పెంపకం గురించి తెలుసుకోవడానికి ఇతరులకు సహాయం చేయండి.

- సానుకూల పెంపకంపై విస్తరించండి. మీ కుటుంబం, స్నేహితులు మరియు పరిచయస్తులతో సానుకూల పెంపకం గురించి మాట్లాడండి.

www.ingramcontent.com/pod-product-compliance
Lightning Source LLC
LaVergne TN
LVHW020443080526
838202LV00055B/5317
* 9 7 8 8 1 1 9 6 6 9 8 7 5 *